காதல் இரா

AJ மாயோன்

பொருளடக்கம்

பொருளடக்கம்

பொருளடக்கம்

பொருளடக்கம்

1. ஏனோ வானிலை மாறுதே...

முடிந்தவரை உன்னை பார்த்தாலும்

கண்டுகொள்ளாமல்

இருந்திட வேண்டுமென்றுதான்

உள் மனதுக்குள் ஓயாமல்

இரண்டாயிரம் முறை சொல்லிக்கொள்ளகிறேன்

ஏனோ என் இரு விழிகள் மட்டும்

அடங்க மறுத்து உன்னை அடைவதில் குறியாய் இருக்கின்றன!!

என்னென்று சொல்வேன்

என் அகங்காரத்தையும் தாண்டி

அடி வயிற்றிலிருந்து தலைக்கு மேல்

எழும்பி பறக்கும் பட்டாம் பூச்சிகளை...

கோபம் ஒரு பக்கம் தழல் விட்டு எரிந்தாலும்

நான் என்னவோ

உன்னை எண்ணி எண்ணி

உன் கண் முன்னே கரைந்து கொண்டிருக்கிறேன் ...

இனிமேலும் உன்னை பார்க்க கூடாதென

எனக்கு நானே சொல்லி கொள்கிறேன்....

உன்னை அழகாய் என்னிடம் தூக்கி வருவதே

இந்த பொல்லாத விதியின் வேலையாய் போயிற்று!!!

நீ கண்டுகொள்ளாவிடினும்

உன்னை கண்ணில் கொள்வதுதானடி

என் அதிகபட்ச ஆனந்தமே!!

நாம் பிரியும் போது வலிகளுடன்
உனக்காய் வைத்த காட்சியின் குறும்படத்தை
நான் இதுவரை முழுதாய் பார்க்கவே இல்லை...

நான் இத்தனை நாளாய் நினைத்திருந்த முடிவை
திருப்பி போட வேண்டுமோ என்னவோ...
நீயும் ஒருமுறை அதை பார்த்துவிடடி...

ஏனோ வானிலை மாறுதே...

2. காதல் Exist

அவ்வளவு எளிதாய் கூட்டத்தில் ஒருத்தி
என கடந்து ஒன்றும் சென்றிட முடியவில்லை...

இவளை வெறுப்பது சுலபம் இல்லை போலும்..

இதழ் அசையாமல் இதயத்தினோரம்
ஒரு நமட்டு சிரிப்பு - நான்
அவளை நினைக்க நினைக்க...

ஜன்னல் கதவுக்கு பின்னால் பூந்தோட்டத்தில் கூட
அவளின் வாசம் எனக்கு கிறுக்கு பிடிக்க..

இறந்திடத்தான் நினைக்கிறேன்
ஆசைகள் விடவில்லை ....

அவளை மறந்திடத்தான் தவிக்கிறேன்
நான் சொல்வதை கேட்க -பாவி
எண்ணங்கள் எனதில்லை...

ஒத்துக்கொண்டுதான் ஆக வேண்டும் போல
என்னால் அவளை மறக்க முடியவில்லை....

3. ஒற்றை அழைப்பு மணி

ரகசியமாய் ஒலிக்க போகும் - அந்த
ஒற்றை அழைப்பு மணிக்காய் பொழுதெங்கும்
ஓயாமல் கிறங்கி கிடக்கிறது என் ஒற்றை இதயம்!!!!
நீ என்ன செய்து கொண்டிருப்பாயென
நினைத்து நினைத்தே
கசந்து கிடக்கும் என் நினைவுகளுக்கு
இனிப்பை ஊட்டி கொண்டிருக்கிறேன்...

அடி என்னவளே!!
என்னை கொன்று விடுவதாய் இருந்தாலும்
என் கண் முன்னே அதை செய்துவிடுடி...
உன்னை பார்த்துக்கொண்டே
சாவதில் கூட எனக்கு பேரானந்தமே..
நான் மாண்டிடினும்
என் காதல் வாழக்கூடும் மரித்த பின்னும்!

இனியும் நீ இல்லாத பொழுதுகளை
என் கடிகாரம் ஏற்காது...
இல்லை என சொல்லவாவது
அந்த அழைப்பு மணியை
கொஞ்சம் தட்டி விடடி...

4. அவள் அழகாய்த்தான் இருக்கிறாள்

நான் போட்டு வைத்திருந்த
எந்த வரையறைக்குள்ளும்
அவள் இருக்கவில்லை...
நீண்ட கூந்தல் அடர்ந்த நெற்றி
வில்லென புருவம் கயல்மிகு கண்கள்
கூறிய மூக்கும் சிவந்த இதழ்களுமென
எதுவுமே அவளிடத்தில் இருக்கவில்லை...

நான் இதுதான் அழகென நினைத்ததையெல்லாம்
கீழடி அகழிக்குள் புதைக்க வேண்டிய நேரம் வந்துவிட்டது...

நான் இத்தனை நாள் கொண்டிருந்த
அழகியலின் அகராதியை
சட்டென மாற்றி விட்டாள் - இந்த வித்தககள்ளி இன்று...

அழகியலுக்கென அகராதி ஒன்றுமில்லை
அவள் குணம் எனும் அம்பினை எய்திட்ட பின்னரே...
ஒரு காதல் மேகம் சொல்லாமல் பொழியுது
அவளிடம் நான் சென்று சொல்லிடும் முன்னரே..

ஆனாலும் அவள் அழகாகத்தான் இருக்கிறாள்..
அவளுக்கென புது அகராதி ஒன்று செய்து கொண்டு
அவளுக்கேயான பாணியில்
அவள் அழகாய்த்தான் இருக்கிறாள்

5. நாம்

இந்த காயம் இதயத்தை கிழிக்கிறதே...
இது மாய உலகமா சிரிக்கிறதே...
மேக தீ போல எரிகிறேன் நான் பெண்ணே உன்னாலே
காக்கையாய் நாளும் கரைகிறேன் அன்பே உந்தன் விண் மேலே..

இது காதலா ???? நெஞ்சம் சாதலா ???
கண் மூடினேன் பெண்ணே உன்னை கண்டேனே...
நான் என்னாகினும் இங்கே உனக்காய் இருப்பேனே..

உதிரத்தில் என் இதயத்தில் நீயே வாழ்கிறாய்
உருவமும் என் உலகமும் நீயே ஆகிறாய்...

நான் வாழுவேன் உனக்காகவே!!
தினம் சாகிறேன் உன்னாலேயே...

வீண் கோவம் போதும் பெண்ணே தாழ் திறவாயோ
அடி நான் என்ற தனிமை போதும் நாம் ஆவாயோ...

6. காதல் வந்து ஆடுறேன்

காற்றடிக்காத நேரத்தில்
அடர்வனத்துக்குள் எல்லா மரங்களும்
அசையாமல் வேடிக்கை பார்க்க
ஒரு கிளை மட்டும்
காதல் வந்து ஆடுவதை யார்தான் அறிவார்...

துளிர போகும் காதல்
மாளும் கதை அறியாமலே
தன்பாட்டுக்கு ஆடி களிக்கிறது
அந்த அவல கிளை...

நாளை சூரியன் உதித்தால் என்ன
மரித்தால் என்ன...
நம்மை தாங்கும் பூமி உருண்டால்
என்ன உறைந்தால் என்ன...

இந்த காதலினூடே வண்டுகளின் ரீங்காரம்
கிளைகளுக்கெங்கே கேட்க போகிறது ...

எதுவாகினும் எக்கேடு கெட்டிடினும்
இந்த நொடி காதல் வந்து
நிறைந்து மகிழ்ந்து பறந்து
ஆடும் கிளையாய் ..... நான்

7. அவிழாதே

அவிழாதே என் ஆனந்த நெருப்பே
அவிழாதே!!!

காற்று கொஞ்சம் பலமாய்த்தான் அடிக்கிறது...
வானம் வேறு கருத்துத்தான் கிடக்கிறது...

யாரோ ஏவி விட்ட நீர் குமிழி ஒன்று
நம்மை நோக்கி பாய்ந்து வருகிறது...

இதையெல்லாம் கண்டு அவிழ்ந்து போக
நாம் என்ன தீ பந்தமா...

எரியும் தீயினை தாண்டியும் வாழும் பந்தம் நம்முடையது
அவிழாதே என் ஆனந்த நெருப்பே..

வளி வெளி தரை கடல் என
நாம் கடக்க வேண்டிய தொலைவு மிக அதிகம்...

இப்போதே வீழ பார்த்தால் எப்போது நாம் சுடர் விடுவது...
இப்போதே சாய பார்த்தால் எப்போது நாம் விரல் கோர்ப்பது...

அதனால்தான் சொல்கிறேன்
அவிழாதே என் ஆனந்த நெருப்பே...

8. காதல் வந்து நீயாகிறேன்

நான் நானாகிறேன்
காதல் வந்ததும் நீயாகிறேன்
வானத்தில் மீனாகிறேன்
உன்னை நேரில் காண சேயாகிறேன்...

நான் நானாகிறேன்...

தூர தேயுது வெண்ணிலா
நானும் தேய்வது பெண்ணிலா
உன்னை அழைப்பது என்னிலா
என் காதல் பால் நிலா...!!!

காய்ந்து கிடப்பது காதலா
காலம் முழுவதும் நோதலா
இன்னும் என்னடி மோதலா
நீ நீங்கி போயின் சாதலா!!!

வெள்ளை பூவாகிறேன்
உந்தன் கூந்தல் தலை சாய்கிறேன்
கொள்ளை நான் போகிறேன்
உன்னை கண்டால் நான் மாள்கிறேன்

நான் நானாகிறேன்
காதல் வந்து வந்து வந்து நீ ஆகி போகிறேன்
காண் நீயாகிறேன்

பறந்து சென்று வானில் நாளும் மாயமாகிறேன்

மீள கொஞ்சம் மடி கொடு

நான் வாழ கொஞ்சம் அணைத்திடு

என் வானில் கொஞ்சம் பறந்திடு

உன் கஷ்டம் எல்லாம் மறந்திடு

காணலாகிறேன் உன் கைகளில் நான்

காணாமல் போகிறேன் உந்தன்

உந்தன் காதலில் நான்...

மேகமாகிறேன் நிலாவினை கேள்

நான் எங்கு போயினும் என்னோடு என்றும் வாழ்...

ஈர மழையாய் உந்தன் ஞாபகம்

ஏங்கி போகிறேன் நாளுமே

மாற தானே நானும் பார்க்கிறேன்

எந்தன் மாற்றமே நீதானடி!

நான் நானாகிறேன்

உன்னை காதல் பண்ணும் போது

மெல்ல நீயாகிறேன்...

9. ஜாமத்து வெண்ணிலா

ஏய் என் ஜாமத்து வெண்ணிலா
நான் அண்ணாந்து பார்க்கிறேன் உன்னை ...
நீ என்னோடு கை வந்து சேர வா
நான் உன்னாலே வாழ்கிறேன் பெண்ணே....

ஓயாமல் நான் உன்னை நினைக்கிறேன்
காயாமல் நான் காய்ந்து போகிறேன்...

செல்லாதே தள்ளாதே போகாதே நீ தூர தூர...

உன் கண்ணாலே நான் இன்று கைதியாய்
பார் தள்ளாடி போகிறேன் பெண்ணே...

யார் பார்க்காத காதல் ராஜ போதையில்
நான் உன்னாலே ஆடுறேன் கண்ணே...

நீ என்னோடு கை கோர்த்து வாழடி
நீ வந்தாலே தூக்குவேன் காவடி
நான் உன் பக்கம் சாய்கிறேன் பாரடி
என் கண்களோடு கண்கள் வைத்து
நெஞ்சம் தொட்டு பாரடி...

காயாமல் நான் இன்று காய்கிறேன்
நீ பார்க்க பறக்க பார்க்கிறேன்
என் மானே பொன் தேனே என்னோடு கை கோர்த்து வா வா...

10. அடி ஒற்றை நிலவே!

ஒற்றை நட்சத்திரம் நான்
நடத்தும் ஓரங்க நாடகத்தில்
ஓராயிரம் முறை ஒத்திகை
பார்த்து விட்டேன் எதுக்கும் உதவா
வெற்று விண்மீன்களை வைத்து....

எதிலும் என் காதலின் கருவை
சுவாசிக்கவில்லையடி...
ஒற்றை மதிமுகம் உன்னை தவிர...

அடி ஒற்றை நிலவே!
கதை கட்டி காத்திருக்கிறேன்
சீக்கிரம் வா!!
வாழ்க்கை என்னும் நாடகத்தை
ஒரு சேர நடித்திடலாம் ....

11. இம்சை

நான் எங்கெங்கோ சென்று
ஏதேதோ செய்தாலும்
எப்போதுமே என் முடிவுகளின்
முற்றுப்புள்ளியாய்
நீ மட்டும்தானடி நிறைகிறாய்
நான் காணும் கனவுகளில்...

என் கனவுகள் கசந்து விடக்கூடாதென
உன்னை நிறைத்து கொள்ளகிறது போல
உன்னை நினைத்து கொண்டிருக்கும்
என் எண்ணங்கள்...

உன்னை மறக்க முற்படும் போதெல்லாம்
கனவாய் வந்து அடிநெஞ்சில்
ஆணியடித்து செல்கிறது பெயர் தெரியா
அந்த வேதியல் மாற்றம் ஒன்று...

இப்படி கனவை இம்சித்து
என் அடுத்த நாளை ஆக்கிரமிப்பதில்
உனக்கு என்னதான் அவ்வளவு ஆனந்தமோ...

இருந்தாலும் இனிக்கத்தான் செய்கிறது
சொல்லிகொள்ள படாத இந்த ஊமைக்காதல்...

நீ வருவதன் நோக்கம் நோக்கி

சிக்மண்ட் ஃபிராய்ட் வரை பயணித்துவிட்டேன்...
காதலை தாண்டி எந்த விளக்கமும் வரையப்படவில்லை...

நீயும் ரகசியமாய் என்னை காதலிக்கிறாயோ...
அப்படி இருந்தால் உடனே சொல்லிவிடடி...

அப்போதாவது குதித்து கொள்ளட்டும்
என் அப்பாவி நெஞ்சம்!!

12. விலகியே இருங்கள்...

என் மௌனங்களை மொழி பெயர்த்தால்
உலகத்தின் காது கிழிய உரக்க கத்தி விடும்...
என்னை இப்படியே விட்டு விடுங்கள்...

ரணங்களும் காயங்களும் மருந்து போடாமலே ஆறி போகட்டும்...

குண்டூசி அறியாத என் ஊமை மந்திரங்களை
மொழி பெயர்ப்பதாய் யாரும் என் அருகில் வர வேண்டாம்...
அவள் ஓதி சென்ற காதல் எப்போதுமே
உங்களுக்கு புரியப்போவதில்லை...

உங்கள் பிதற்றல்களையும்
மனதை மயக்குவதாய் நினைத்து
நீங்கள் பேசும் மந்திர வார்த்தைகளையும்
நான் கேட்பதாய் இல்லை...

விலகியே இருங்கள்...
என் மௌனத்தின் சலசலப்பு
உங்களையும் அழிக்க கூடியது..

என்னை இப்படியே விட்டு விடுங்கள்
யாரும் என் அருகில் வரவேண்டாம்...

மேல்வானம் அறியாத என் மௌனத்தின் அர்த்தங்களை தேடி
என்னை சரி செய்வதாய் யாரும் என் அருகில் வரவேண்டாம்

13. வானமே

பல கோடி விண்மீன்களுடன்
பால்வெளி அண்டத்தில்
நாளும் பொழுதும் ஒளி கக்கி பிரகாசித்துவிட்டு
திடீரென இந்த பிரபஞ்சத்தின்
ஏதோ ஒரு மூலையில் பாறையாய் படர போகிறேன் ...

கல்மனம் கொண்ட விண் கல்லாய்..

நான் ஒளிரவும் ஒழியவும்
முட்டி மோதி விளையாடவும்
ஒய்யாரமாய் இன்ப நடை போடவும்
வானமாய் இடம் கொடுத்த
உன்னை பிரிவதை காட்டிலும்
நான் இறந்து சரிந்து வீழ்வது ஒன்றும்
அவ்வளவாய் வலிக்கவில்லை

என் பேரண்டமே!!!!
எதுவாகினும் எது நேரிடினும்
கோடி விண்கற்களுக்கிடையில்
உனக்காய் ஒளி கக்கிய - இந்த
ஒற்றை காதலனை மறந்து விடாதே...

பாறையாகினும் என் பரவசம்
உன்னை பார்ப்பதில்தான் ஒளிந்து கிடக்கும்...

பிரியாத்தான் போகிறேன்
மறைய போவதில்லை... இறந்தாலும்
உலகத்தின் ஏதோ ஒரு மூலையிலும்
கல்லறை வழி விழிகள்
அண்ணாந்து பார்த்து உன்னைத்தான் காதலிக்கும் ...

14. காதல் சாக போகிறது

வரையறை இல்லாமல்
இதயத்தின் ஆழத்தில் காதல் பொறித்தவளை
வேண்டாத வாய்ப்பாடுகளில்
அடங்க செய்வது துரோகத்தினும் அவலம்!

அவள் கோட்டை கட்டிவிட்டாள்
துரும்பேணும் காதல் உட்புக முடியா
கோட்டை கட்டிவிட்டாள்!!

வாயில் கதவுகள் திறந்திருந்தாலும்
ஊமைகளின் ஊருக்குள்ளே
பதில்மொழி கேட்பது
ஒரு கடலும் நியாயமில்லை!!

அவள் அவளையே தனித்து கொண்டாள்...
இனி பகலேனும் இரவேனும்
அவள் சாமரங்கள் காதலுக்காய் வீச போவதில்லை !!!

நீட்டப்பட்ட விரல்கள்
வெயிலில் வெந்தும் குளிரில் விரைத்தும்
உணர்விழந்து மரணமோதுகின்றன!
அவள் இனியும் உயிர் கொடுக்க போவதில்லை...
காதல் சாக போகிறது
யாரும் என் கல்லறைக்கு வர வேண்டாம்..
அங்கேனும் என்னை அவளை மட்டும் நினைக்க விடுங்கள்...

15. ரட்சித்து விடு

என் பொல்லாத இதயம்
ஏன் இப்படி கர்ஜிக்கிறதென்று
தெரியவில்லை...

புயலுக்கு பின் அமைதி என்ற கதையாய்
மௌனத்தை தாண்டி
அழுக்கு நகங்களை கொண்டு
வன்மமாய் கீறி செல்கிறது
மூன்றடுக்கு இரவின்
இரண்டாம் அடுக்கு நினைவுகள்...

ஏதோ ஒரு வான தேவதை
என்னை ரட்சிப்பதற்காய் இன்னும்
சுவாசித்தபடி படுத்து கிடக்கிறேன்
இவ்வளவும் ஏன் இந்த இரவினில் மட்டும்...

போதாத குறைக்கு எட்டி நின்று
உன் நினைவுகளும்
ஏழு முழ ஈட்டியினை
என் இருதயத்தில் பாய்ச்சுகிறது...

இவ்வளவு துன்பம் வேண்டாமடி..

ரட்சித்து விடு இல்லையேல் சாகவிடு...

இனியும் என்னால் இத்தனை துன்பங்களை
எண்ணங்களில் அளக்க இயலாது..
இத்தோடு முடித்துவிடு -இத்தனை நாள்
நான் படும் முகவரியில்லா வேதனைகளை...

16. நீயின்றி அமையாது உலகு

படைத்தவனை துளியும் நம்பிடலை
பேரழகே உன்னை பார்க்கும் மட்டும்..
பேச்சரசன் நானும் ஊமையாகி போனேன்
விந்தை மொழி பேசி பைத்தியமும் ஆனேன்..

பரிதவிக்கிறேனடி...
என் வாழ்வின் ஆருடத்தை
உந்தன் விழியின் ரேகைகளில்
கண்ட கணம் முதல்
எனை மறக்கிறேனடி...
மெல்ல உன் விரல் கோர்த்து
வாழ்வின் எல்லை வரை நடக்கும்
நினைவுகள் என்னை தழுவிய காலம் முதல்...

நிலாவோடும் சேராத அனலாயும் வீசாத
என் அமைதி வானம் நீ...

உன் இடையோடும் ஒட்டாத
இதழோடும் பதறாத வறட்சி மேகம் நான்...

மூர்ச்சை போக்கி மூச்சையாவது கொடுத்து விடடி
வளிமண்டலத்தில் ஆக்சிஜென் போல
உன் அண்டத்துக்குள்
ஏதோ ஒரு மூலைக்குள்
உறைந்து கொள்கிறேன்....

17. உலகம் வேண்டாம்...

நான் உரக்க கத்தியும்
மௌனங்களிலும் கேட்பதெல்லாம்
புன்னகை பூட்டிய உன் இதழ்களும்
என்னடா என கேட்கும் மொழிகளும்தான்....
மூளை நரம்புகளுக்குள் புகுந்து
சலிப்பூட்டி நம் சந்தோசத்தை கெடுக்கும்
இன்னல் மிகுந்த
இந்த உலகம் வேண்டாமடி..
எப்போதும் இவர்கள்
நம் காதலை புரிந்து கொள்ள போவதே இல்லை...
ஷாஜகானையும் மும்தாஜையும்
அம்பிகாபதி அமராவதியையுமே
இறந்தபின்புதான் போற்ற தொடங்கினார்கள்..
இந்த வஞ்சகர் உலகம் நமக்கு
வேண்டவே வேண்டாம்...

சம்பிரதாயம் பார்க்காமல் விரல்களை சேர்..
மோனலிசா வியக்கும்படி
ஒரு ஓவியம் வரையலாம்!!

18. இவள் இனி

காதல் தேடும் ஊருக்குள்ளே
உன் கண்ணை தேடி நின்றேனே...
யாரும் வாழா நெஞ்சுக்குள்ளே
நீதான் வந்தாய் என்றேனே...

மாயம் செய்து தள்ளி சென்று
எந்தன் இதயம் கிழிக்கின்றாய்..
மௌனம் உடுத்தி புன்னகை மறுத்து
என் சாகும் இதயம் அழிக்கின்றாய்..

கண்ணை விட்டு அகலாதே
என் நெஞ்சை விட்டு விலகாதே..
விடியல் வேண்டாம் துயிலாதே
என் காதல் மட்டும் மறவாதே...

இதயமே உறைந்திடு..
இவள் இனி தெரிந்திடு...
பழையவை மறந்திடு...
இனி இவள் வசம் புகுந்திடு...

இந்தக காதல் இதுதானா
இன்னும் தெரியவில்லை...
இவள் வாசம் தாண்டித்தான்
உலகில் எதுவும் புரியவில்லை...

19. வரம்

காலையும் இல்லாத மாலையும் இல்லாத
நடுநாளில் உரக்க கத்தி பைத்தியமாகிறேன்...
என் கலங்கரை விளக்க வெளிச்சம்
உன்னை என் வாழ்வில் காணாமல்..

அடி நடுத்தோட்ட ஜீவவிருட்சமே
எப்போதெந்தன் சாபங்கள் போக்க போகிறாய்...

கடிகார முள்ளை போல் சுற்றி திரிகிறேனடி
எந்த மணித்துளியில்- நீ
நிறைய போகிறாய் என அறியாமல்...

என் அடிவானத்தில் நிலா பரியப்பார்க்கிறேனடி
என் விழி மீது நீ வந்து நிறைந்து செல்கையில்
எப்படி சந்தோசத்தை கொண்டாடுவது என தெரியாமல்...

உன்னை காணாத கணமே
என் காலங்கள் ரணமே
நீ வந்தாலே தினமே
அது என் வாழ்வில் வரமே!!

20. உன்னை நோக்கி

என்னை நானே இழக்கிறேன்

நான் எங்கே என்று தேடுகிறேன்

தினம் உன்னை கண்டு வியக்கிறேன்

இது உண்மைதானா திகைக்கிறேன்...

என் பேறுகாலமே சீக்கிரம் காதலை பிறக்கவிடு ...

உன்னை நினைத்த நாள் முதல்

பேய் பிடித்த குரங்குதான் எந்தன் மனம்

ஏதும் செய்ய இயலாமல் நெஞ்சில் ரணம்...

சருகாகுது மல்லிகை என்னில் நிதம்

அதை மலரச்செய்ய வேண்டும் உந்தன் பதம்

உன் அழகாலே இளைக்கிறேன்

நீ எனதென்று திளைக்கிறேன்

நீ சரி சொல்ல பறக்கிறேன்

மெல்ல எனை கொஞ்சம் மறக்கிறேன்!!

அடி அடிவானமே

என் மதுபானமே

எனை அடைந்தாலென்ன

காதல் திறந்தாலென்ன...

21. ராத்திரி

எத்தனித்த இரவுகளில்
செவிட்டு போர்வைக்குள்
குருட்டு காதல் செய்யும்
இரு பொல்லாத மான்கள்

எச்சில் தட்டில்
சாப்பிட தயங்கியவர்கள்
அருவறுப்பை ஓரம் கட்டி
உடலை நனைக்கிறார்கள்

செவிட்டு போர்வை பாடும் ராகம்
சூரியனுக்கும் கேட்டு விட்டது போல
இரவில் அவனுக்கு தான்
வேலை இல்லையே
இவர்கள் போர்வைக்குள்
உஷ்ணத்தை துப்பிட அவனும்
வந்துவிட்டான்....

அவன் துப்பிய உஷ்ணம்
விரல்கள் தீண்டியவுடன்
ஆடைகள் தாண்டி பரவுகிறது...
இங்கு தீண்டாமை ஒழிக்க படுகிறது ...

அழுத்தி பிடித்தலிலும்
இறுக்கி அணைத்தலிலும்

இவன் சட்டை பொத்தான்
கிழிந்ததையும் - அவள்
சட்டை ஊக்கு அறுந்ததையும்
குருட்டு காதலை தவிர
வேறு யாரால் பார்க்க முடியும்...

இவைகளுக்கிடையில்
மோட்ச மான்கள் முயங்கும் சத்தம்
செவிட்டு போர்வைகெங்கே
கேட்க போகிறது...

இரு மயக்க மான்கள் ஊற்றும்
காதலில் நனையாத வரையிலும்!!!...

22. எஸ்க்கிமோ முத்தம்

எச்சில் முத்தம் வேண்டும் என்றேன்..

ஐயய்யோ ஆகாதென்றாய்..

அக்கம் பக்கம் ஆளே இல்லை!
அதனாலே என்ன என்றாய்...

வெட்க பூவை கிள்ளி எறிந்து
வேதம் நான்கும் தள்ளி உதைத்து
என் ஏக்கங்களுக்கேனும்
ஒரு எஸ்க்கிமோ முத்தம் கொடேன்டி!!!

நீண்ட நாளாய் காத்து கிடக்கிறது
என் வறண்டு போன பாலை நிலம்..

23. பைத்தியக்காரி

அவள் என்னை காதலிக்கிறாளாம்
அதனால் விலகி போகிறாள்!

பைத்தியக்காரி!

காதலித்தால்
நெருங்கியல்லவா வரவேண்டும்!!
நெருக்கத்திற்காய்
பார்த்திருக்கும்
அவள் உயிரூட்டிய
அவளுக்காக துடித்து கொண்டிருக்கும்
துருப்பிடித்த இதயம்!

24. காதல் **with** காபி

எதிரே இருக்கிறாள்..
வெண்ணிற மேனியில் வர்ணங்கள் பூசி
காதல் சாமர வாசத்தை வீசி
ஆடைதனை களைய சொல்லி
எதிரே இருக்கிறாள்!

இடையினை பிடித்து தூக்கவா
நான் இதழினை கொண்டு சேர்க்கவா?!!
உன் வாசனை முகர்ந்து பறக்கவா?!
உன்னை நாவினால் ருசித்து என்னை மறக்கவா?!

உன் சூடான தேகம் குளிருக்கு இதமே
எனை துண்டாக்கும் வாசம் விழி திறந்தாலும் மதமே..

பசியாற்றிய தாயை பக்குவமாய் நினைவூட்டுகிறாள்
ருசியேற்றி என்னை மொத்தமாய் மகிழ்வூட்டுகிறாள்...

உன் ஆடை களைத்திடவா
பொன்னிற மேனி உறிஞ்சிடவா?!
நீ என்னில் கலந்திடவா
என்னை உன்னில் மறந்திடவா...
#Love for coffee

25. எனக்கொரு தோழியிருந்தால்

எனக்கொரு தோழியிருந்தாள்...!
நான் வெம்பி உடைந்து
உலகத்தின் எட்டாம் மூலையில்
எண்ணங்களை கருணை கொலை செய்யும் போதெல்லாம்
எனை தூக்கி நிறுத்தி - எறிந்து கொண்டிருக்கும்
எண்ணங்களை கனவுகளாய் மாற்ற வல்லவளாய்
எனக்கொரு தோழியிருந்தாள்....

இனம்புரியா மூர்க்கம்- மண்டைக்குள் ஏறி
சட்டை பொத்தான்கள் அவிழ
பற்கள் நறுநறுக்க இரத்தம் பிளிரிடும் போதெல்லாம்
என் ரௌத்திரத்தை அன்பினால் குறைப்பவளாய்
எனக்கொரு தோழியிருந்தாள் ...

ஏடாகூடமாய் நான் ஏதாவது செய்துவிட
ஒவ்வொன்றிலும் ஒவ்வொன்றையும் சரி செய்பவளாய்
எனக்கொரு தோழியிருந்தாள் ...

இல்லாததெல்லாம் இருந்ததென்று சொல்லும் போதே -
இவ்வளவு இன்பம் கொள்கிறது இதயம்
இன்னும் எப்படியெல்லாம் இருந்திருக்குமோ-
"எனக்கொரு தோழியிருந்தால்"

26. விடுதலை நோக்கி

நேற்றுமில்லா இன்றுமில்லா
சிதற விட்ட சில்லறை போல வாழ்க்கை.....

அங்கொன்றும் இங்கொன்றுமாய்
நாதியற்று திரிகிறது
நாட்களென்னும் கூண்டுக்குள்ளே!!!!

சிறை கம்பிகளை வளைத்தும் ஒடித்தும் பார்க்கிறேன்
தப்பித்து வெளி வந்து
இந்த ஒய்யார உலகத்தின்
சுதந்திரம் என்னும் சுவாசத்தை
அடி நெஞ்சுவரை ஆழமாய் இழுத்து
உயிர் வாழ்ந்திட ....

இன்னும் சிறைக்குள்ளேயே
சிக்கி தவிக்கிறேன்
என்னை பற்றி மேல் இழுக்க போகும்
உந்தன் ஒற்றை கரத்திற்காக ...

27. தூர தேசத்து காதல்

உன் விரலிடுக்குகளில்
ஒய்யாரமாய் ஊசலாடுகிறதடி
என் ஒற்றை இதயம் - உன்னிடமிருந்து
வரபோகும் அந்த ஒற்றை குறுஞ்செய்திக்காக...

ஏழு முறை கடிகாரம் பார்த்து விட்டேன் ...

பக்கம் நின்று - உன்
கூந்தல் வாசம் முகர்வதை காட்டிலும்
இனிக்கத்தானடி செய்கிறது...
இந்நேரம் நீ என்ன செய்து கொண்டிருப்பாயோ என
உன்னை ஒரு கணமும் மறவாமல்
அசை போடும் உனக்கான என் நினைவுகள் ...
மைல்கள் ஒரு தொல்லையில்லை
மனதில் நிறைந்துவிட்டால் ..
வாழ்வில் ஒரு எல்லையில்லை
கையில் நீ கிடைத்துவிட்டால் ...

தூர நின்று உன்னில் கரைவதே
எனக்கு சுகம்தானடி....

சூரியனுக்காய் திரும்பும் சூரியகாந்தி போல
உன் நினைவுகளின் பக்கம் திரும்பி
தவிக்கும் உந்தன் தூர தேசத்து காதலன் ...

28. காதலன்பால்

ஆண் பால் எது
பெண் பால் எதுவென்று
ஏதும் அறியாமல்
ஒற்றர உலகத்தை மறந்தே

அவள்பால் நானும்
என்பால் அவளும்
ஒன்றன் பாலென்று உறைந்து கிடப்போமே
வசந்தகாலத்தின் நமைச்சலில் பதத்து போய்
இறுகி கிடக்கும்
கயத்து கட்டிலின் ஓரம் தனில் !!

அந்த கட்டிலின் சத்தம் போடாத
நான்கு கால்கள் அறியும்
எங்கள் காதல் பால் தனை!!!

இரண்டறப்பால் வேறுபட்டாலும்
காதலன்பால் ஒன்று பட்டோம்
நாங்கள் வேற்றுமையில் ஒற்றுமை பயில்கிறோம்...

29. யாவரும் வேண்டாம்...

நேற்றோடு காணாமல் போனவன் என்னை
சல்லடை போட்டு தேடிக் கொண்டிருக்கிறது
இந்த வீணாய் போன விந்தை உலகம்....

எப்படி சொல்வேன்!!
நான் தொலைந்து போனது
எந்தன் ஏக தேவதையின்
வெட்க சிரிப்பிலென...

அனைவரிடமும் கத்தி நீயே சொல்லிவிடடி...

தேவையிருந்தாலும் என்னை தேட வேண்டாமென்று...

அவர்களின் போலி தேடல்களுக்குள்
நான் அகப்படவே போவதில்லை...
உன் அன்பென்னும் அகக்குடைக்குள் இருக்கும் வரை
இந்த அண்டத்தாரை நான் மதிக்கவே போவதில்லை...

அவர்கள் யாவரும் வேண்டவே வேண்டாம்...
என்னை இப்படியே வாழ செய்யடி
இந்த உலகத்தின் கண்களில் மறைந்து
உன் உலகில் மட்டும் வாழும்
இந்த அற்புதமான வாழ்வையே வாழச்செய்யடி..

30. கனவுகளை தேடி

ஒளி மங்கி கொண்டிருக்கும்
ராத்திரியின் விளிம்புகளில்
என்னையே லயித்து பார்த்துக் கொண்டிருக்கும்
நின்று போன கடிகாரம்...

காதல் பித்து மண்டைக்கு ஏறிப் போய்
தொண்டை அறுபட ஊளையிடும்
கால் ஒடிந்த ஒற்றை நாய்...
உலகத்தில் ஏதோ ஒரு மூலையில்
இதயம் இனிக்க இனிக்க
கனவு கண்டுகொண்டிருக்கும்
என்னவளின் வாசனை...

இவையெல்லாம் தான் -என்னை
தூங்கவிடாமல் பாடுபடுத்தும்
இந்திரலோகத்து ஒற்றன் ரகசியங்கள்...
இவைகளுக்கு பயந்து போய் -இன்னும்
கொல்லை பக்கத்திலேயே
ஊசலாடி கொண்டிருக்கின்றன
என் நிர்வாண கனவுகள் !!!

கட்டி அணைக்கவும் வழி இல்லாமல்
கத்தி அலறவும் விதி இல்லாமல்
புழுங்கி கொண்டிருக்கிறேன்
என் கனவுகளை தேடி !!!!

31. உத்தம ஆப்பிள்!!!

ஓய்யார வீட்டில் சிங்காரி ஒருத்தி இருந்தும்
கடிவாளம் கட்டிய குதிரையாய்
அன்ன நடை பயில்கிறேன்...

கடைக்காரருக்கு மட்டும்தான் தெரியும்
வாடிக்கையாளன் தொட்டிடாத
ஆப்பிளின் பரிசுத்தம் எவ்வளவென்று..
எவர் கைகளின் அழுக்கும் ஆப்பிளை சேர்வதில்லை!
அயலார் கைகள் படாத
உத்தம ஆப்பிள் அதுவென்று
குமுறிக் கொண்டு
எனை தின்ன பார்க்கும்
ஆசைகளை ஆணைக்கரம் கொண்டு அடக்குகிறேன்...

நேற்றேனும் இன்றேனும் பார்க்காத
சரிப்பட்டு வராத ஒத்திகைகளை
ஒராயிரம் முறை பார்த்து கொள்கிறேன்..
வேறாரும் பார்க்காத நேரத்தில்
ஒரிரு முறை ஒரக்கண்ணாலும் பார்த்து கொள்கிறேன்...

ஏக்கங்கள் ஆசைகள் எவ்வளவிருந்தாலும்
என்னுள்- அந்த ''நிகழ மறுக்கும் சலனம்''
மூன்றாவது வீட்டு வாசலிலேயே
நின்று கொண்டிருக்கிறது
நானும் எவர் கையும் படாத ''உத்தம ஆப்பிளாகவே'' இருக்கிறேன்...

32. பரிசு

என்ன கொடுக்கப் போகிறாய்
என வாஞ்சையுடன் கேட்கிறாள்
என் வாலிபத்தை தின்று புதைத்த
கன்னி ஒருத்தி...

ஒளி மிளிர்ந்திடும் கேளிக்கை விடுதிகளிலும்
கடலை கிழிக்கும் பாய்மரப் படகுகளிலும்
உயர வானில் கட்டிப்பிடித்து குதித்தலிலும்
பாரிஸ் நகரின் ஈபிள் கோபுர முத்தங்களிலும்

காதல் கொடுக்க காசில்லாமல்
என் பிஞ்சு காதல் வஞ்சிக்கப்பட்டிருந்தாலும்

நள்ளிரவில் கோர்த்து நடக்க
என் விரல்களும்
சோகங்களில் சாய்ந்து கொள்ள
என் தோள்களும்
கைப்பிடி இதயத்தின் மூலை முடுக்கெங்கும்
மகிழ்ச்சியும்
அடி வயிற்றிலிருந்து கழுத்துவரை பறக்கும்
ட்டாம் பூச்சிகளையும் பரிசளிக்கிறேன் என்று கூறினேன்

33. தேவதை

பேய்கள் உலவும் ராத்திரியில்
தேவதை போல வந்தவளே!
நான் கண்ணை மூடி படுத்தாலும்
சொப்பனமாக நின்றவளே!

இருண்டு கிடந்த என் வாழ்வில்
நிலவை போல மிளிர்ந்தவளே!
என் நட்சத்திரத்து பொம்மைகளாய்
வாழ்வில் வெளிச்சம் நிறைத்தவளே!

கண்ணை மூடி படுத்தாலும்
கனவை நீயே நிறைக்கின்றாய்...
நான் கொஞ்சம் தள்ளி நடந்தாலும்
ஓரக்கண்ணில் முறைக்கின்றாய்...
எட்டுத் திக்கும் நான் தேடி
உன்னை கண்டு கொண்டேனே!
என் வாழ்வின் எல்லை போனாலும்
நீ போதும் என்றே சொல்வேனே...

34. நடுச்சாம வெய்யில்

செவ்வானம் பார்க்காத செங்காந்தள் மலரே
என் அறியாமை விரட்ட வந்த விஞ்ஞான வெயிலே
நான் மன்றாடி கேட்டும் நிற்காத புயலே
வெகு தூரத்தில் இருந்தென்னை இழுத்திட்ட சிலையே

சதிகாரி உனக்காக சன்யாசம் விட்டேன்! — என்
காந்தாரி அவள் தேடி உன் கண்கள் தொட்டேன்..
கற்காத மொழியெல்லாம் உனக்காக கற்றேன் — நான்
அடங்காத அகக்கிறுக்கு உன்னாலே பெற்றேன்..

என் ஓய்வில்லா நள்ளிரவே
ஓய்யார சொப்பனமே
பல பாலைத் திணைகள் தாண்டி
உன்னோடு வாழ வந்தேன்...
கண்ணாடி சிலையழகே — என்
கவி பாடும் பிழையழகே
உனக்காய் ஓடோடி வந்தேன்
உனை தேடி நாடி வந்தேன்!

கரையாத நிலவாய் என் வானம் வாவடி!
காதல் வால் வைத்த குரங்காய் — என்
நெஞ்சம் தாவடி!

விடியாத இரவாய் உன்னை அழைக்கிறேன்
என் நடுச்சாம வெயிலாய் உன் உஷ்ணம் விளிக்கிறேன்!

35. இறவி

யாருமற்ற பாலைவனத்தில்
தலைமட்டும் வெளியிருக்க
மண்ணில் புதைக்கப்பட்ட
மனித ஐந்துவாய்
உன்னிடம் சொல்லப்படாத
எந்தன் ஊமை காதல்....

மகிழ்ச்சி சோகம் என்னும்
மந்தார கழுகுகள் - அவ்வப்போது அமர்ந்து
ஓய்வெடுத்து செல்கின்றன
சரீரம் புதைக்கப்பட்டு
சல்லடையாய் போகத் தெரியும்
என் காதலின் தலையில்...

எதிர்பாராத ஏக்கம் என்னும் சூறாவளி
துக்கம் என்னும் மணற் புழுதியை
மேனியெங்கும் அடித்து செல்லும் போதெல்லாம்
காதல் ஒரு நொடி இறுக்க கண்மூடி திறந்து கொள்கிறது...

நொடிக்கொரு முறை செத்துக் கொண்டிருந்தாலும்
பாலை வன வாசனையிலும்
புதைக்கப்பட்ட உடலுக்குள்ளும்
அவதிப்படும் மண்டைக்குள்ளும்
உன் ஞாபகங்கள் மட்டும்தானடி
உருண்டோடி கொண்டிருக்கிறது

எனை வாழ வைக்கும் ஆக்ஸிஜனாக!

36. முடிவிலி

என்னவள் இப்படித்தான் இருக்கவேண்டும்
என்ற எதிர்பார்ப்புகள் எல்லாம்
மெல்ல மெல்ல இருந்த இடம் தெரியாமல்
கரைந்து கொண்டிருக்கிறதடி!!

நீளமான கூந்தல்
கூறிய விழிகள்
முத்தம் கொடுக்க ஏதுவான கழுத்து
நான் மூர்ச்சை கொள்வதற்காய் செய்த மடியென
ஓட்டு மொத்த எதிர்பார்ப்புகளும்
இருந்த இடம் தெரியாமல்
மறைந்துபோய் கொண்டிருக்கிறதடி...

எண்ணங்களில் நீ நிறைந்த பின்பு
என் கற்பனை கூட – உந்தன்
எல்லை வரை சுருங்கி போய் விட்டது...
உன்னை தாண்டி எங்கும் பறக்கமுடியவில்லை...
நீ என் கற்பனைகளுக்கு கூட எல்லையாகி போனாயடி!!!

என் எதிர்பார்ப்பு ஆசைகள் எல்லாம்
மெல்ல மாண்டு
என் எதிர்பார்ப்பே நீயென ஆகிவிட்டதை
என்னை தவிர யாரும்
ஏற்றுக்கொள்ள கூட மறுக்கிறார்கள்...

நான் என் முடிவிலியை - உன்னில்
முடித்து கொண்டேன்...
இனியும் அந்த கணக்கீடப்பட்ட
வறட்டு கௌரவம் வேண்டாமடி...

• 44 •

சீக்கிரம் எனதாகிடு!! இருவரும் சேர்ந்து
உன் எண்ணங்களின் எல்லையை அளக்கலாம்!!!

37. சுண்டெலி

ஏராளமான ஏக்கங்களை ஏற்றுமதி செய்தேன் - என்
ஏவாள் உந்தன் எனை மயக்கும் காதல் தேடி..

எதிர்பாராத பார்வை தீண்டலும்
வெட்கம் பூத்த சிரிப்பு சீண்டலும் மட்டும்தான் கிடைக்கப்பெற்றன
என் சொல்லப்படாத ஏக்கங்களின் தாக்கங்களாக...

இன்னும் எத்தனை காலங்கள்
ஏக்கங்களை கட்டியணைத்து
யாருக்கும் தெரியாமல் ரகசிய காதல் பொறிப்பது!?

இன்னும் எத்தனை நாட்கள் - என் காதல்
எரியுண்ட கல் போல் இதயத்துக்கு அடியில் மூழ்கி கிடப்பது?!

சீக்கிரம் றெக்கைகள் கொண்டு வாடி
கண்கள் மூடி உலகை மறந்து
ஒருசேர காதலில் பறக்கலாம்...

என் பேனா முனை மழுங்க தொடங்கிவிட்டது
உன் ஸ்பரிசமில்லாத ஏக்கங்களை எழுதி எழுதி...

இனியேனும் நான் இழுத்து நுகர
நுனி கழுத்தை கொடுத்திடடி...

டைனோசர் காலம் தொட்டே
தவித்திருப்பதே பழக்கமாய் போயிற்று...
கணினி காலத்திலாவது
சுண்டெலியாய் என் கைகளை சேர்ந்திடு.....

38. உறக்கமில்லா இரவுகள்

நட்சத்திர பூக்கள் கோர்த்து
நடுவானில் உன் வாசம் சேர்த்து
ஓசோனில் சுவாசிக்கிறேன் -நம்
ஓயிலாடும் காதலினை ...

ஆழ்கடலில் முத்தெடுத்து
வானவில்லை வளைத்தெடுத்து
பூமாலை செய்திடுவேன் -நம்
காதல் மாண்டால் வேறில்லை இணை ..

அத்துவான மேகங்களும்
அடங்கிப்போன பாற்கடலும்
விந்தை மொழி பேசுதடி- உன்
விழி வெளிச்சம் கேட்குதடி...

நட்டநடு ராத்திரியில் - நீ
விட்டுப்போன ஞாபகங்கள்
கத்திமுனை காட்டுதடி - நீ
எங்கேயென வாட்டுதடி...

முட்ட முட்ட முழித்திருந்தேன்
முழு இரவும் தவித்திருந்தேன்
கெட்டபடி கத்தினாலும்
கேட்டுவர நீ இல்லையடி!!

கோடி ஜென்மம் ஆயிடினும்
கோதை நீ மறந்திடினும்
கபடமில்லா என் காதல் – நான்
சாகும் வரை வாழுமடி!!!

• 48 •

தவிக்கிறேன்.. உன் நினைவில் தவழ்கிறேன்...
பறக்கிறேன்– உன்னால் என்னை மறக்கிறேன்...

39. முத்தங்களில்லா யுத்தங்கள்

உன் தாபங்கள் என்னை ஏறி மேய்கிறதடி
என்ன சொல்லி சமாதானம் செய்வேன்
உன்னையே கேட்டுக் கொண்டிருக்கும்
என் உற்சாக இதயத்திற்கு...

கட்டுப்பட்டுச் சங்கிலி போட்டு
கட்டி வைத்தாலும் - உடைத்து
தெறிக்கிறது உனக்கான -என்
ஆசை பெருவெள்ளம்...

எனக்கு நானே பொய் கூவல் விடுத்ததுக் கொண்டிருக்கிறேன்
என்றேனும் ஒரு நாள் — உந்தன் ஆழப் பெருமூச்சு
எந்தன் காதல் பெருங்கடலில் முத்துக்குளிக்குமென!

முத்தங்கள் வேண்டாம் என்றாலும்
பரவாயில்லை — மெல்லமாய்
ஒரு காதல் குளிக்கலாம்!

முத்தங்களில்லா யுத்தங்கள் கூட
ஒரு வகை அழகுதான் — ஆழஞ்செறிந்த
காதலில் மட்டும்...

40. தாபங்கள்

தானியம் திருடும் எறும்பை போல
அன்பை சேகரித்துக் கொண்டிருக்கிறேன்...
முதுவேனில் கால தனிமையை தாண்டி
கார்கால காதலில் கரைத்து ஒழுகிட...

அகரப்பசியிருந்தும் — கையில் இரையிருந்தும்
பட்டினிதானடி கிடக்கிறேன்
காதல் பறிமாற காந்தை நீயின்றி...

பட்ட பகல்கள் இருந்தும்
வெட்ட வெளிச்சமிருந்தும்
இருள் மரமாய் திரிகிறேன்
கண்ணில் வெளிச்சமாய்
உயிரொளி நீயின்றி....

யட்சகனாய் விளிக்கிறேன் — காதல்
ரட்சகனாய் அழைக்கிறேன்...

தட்சணையாய் நீயும்
கச்சிதமாய் காதலுமேயன்றி கிடைப்பின்
வேறென்னடி மோட்சமிருந்திடல் முடியும்
மோகப் பூக்கள் வளர்ந்து நிற்கும்
இந்த விசித்திர காதலனின்
விந்தை உலகத்தில்...

41. காதல் மயக்கம்

கருத்த கூந்தலுடையாளோ
கரு நீல கண்களுடையாளோ
பெருத்த மார்பும் கொண்டாளோ
பேதை எந்த பெண்ணாளோ?!

திறவாத கதவோடு
இருளோடு இருளாகி
கனவான கதை நூறு நான் பேச வேண்டும்...

நாவிதழோடு பிரியாத
நகத்தோடு நகங்கீறி
ஒரு விதமான உறவொன்று
நான் கொள்ள வேண்டும்..

விடியாத பகலொன்றும்
முடியாத இரவொன்றும்
போர்வைக்குள் தேடும்
ஒரு மிதமான மோட்சம் ...

உன் அடி காதை நனைத்திட்ட
நுனி நாக்கின் மடலெங்கும்
உடலுக்கும் புரியாத
ஒரு இதமான கூச்சம் ...

துளிராத கனவாக - உனை வைத்து கொண்டேன்
பெரும் இடர்பாடு வந்தாலும் அசராமல் நின்றேன்
கடையோடு எனில் வாழும் நின் காதல் என்றேன்
இனி வருங்கால நிழல் கூட உன்னோடு என்பேன்!

இது காதல் மயக்கம் புது வாழ்வை திறக்கும்...

42. நீயும் நானும்

யாருமற்ற ஊரில்
காதல் வழி கேட்டு
காத்திருக்கிறேனடி ...

கடந்து செல்லும் மேகங்களுக்கிடையில்
ஒற்றை சூரியனாய் தவித்து கிடக்கிறேன்
தண்ணீர் கொடுக்க கூட ஆளில்லாமல் ...

என்றாவது ஒரு
நாள் நிலவு நீயும் ஆதவன் நானும்
ஒரு சேர - இந்த
ஒற்றை வானில்
சுற்றி திரிய மாட்டோமா என்று ...

விடுமுறை எடுத்து கொண்டேனும்
வேறொரு உலகம் வாடி !

அங்கேனும் இரவு - பகல்
தொல்லை இல்லாமல்
ஒரு சேர படர்ந்திருக்கலாம் !!

43. தனிமை

கூட்டமாய் நோவதை விட
தனிமையில் சாவது மேல்!!

பாதரசம் போன - இந்த
கண்ணாடியும் நானும்
கயவர்கள் கண்டிராத
ஊமை காதலர்கள்!!!

எங்களையேனும் தனியாய் விட்டு செல்லுங்கள்...

உங்கள் நாதத்தில் ஊதப்பட்ட
சத்தமில்லா சங்கின் ஒலி
காதை பிளக்கிறது ...

எங்களை இப்போதேனும்
தனியாய் விட்டு செல்லுங்கள் ...

44. ராட்சசி

இறைவியாய் ஒரு ராட்சசி வேண்டும்
நகங்கள் கீறி ரத்தம் வழிந்திட
வார்த்தைகளின்றி மூச்சில் யுத்தம் புரிந்திட
இறைவியாய் ஒரு ராட்சசி வேண்டும் ...
வேண்டாத எண்ணங்கள் நான் தள்ளி வைப்பேன்
நான் வேண்டுவதெல்லாம் நின் வாசங்கள் என்பேன்..
தீண்டாமல் இங்கேது சொர்கங்கள் தேட..
என் நுனி நாவை சேர்வாயோ ராகங்கள் பாட!!

நீ என்னை சேர்ந்தாலே ஏறிடும் மூச்சு
எல்லாமும் மறந்து போய் போதைக்குள் பேச்சு....

இந்த கடிகாரம் வேண்டாம்
எந்த கயவனும் வேண்டாம்
கண்மூட வேண்டாம் -நம்மில்
காதல் களித்திருக்க...
விஞ்ஞானம் வேண்டாம்
மெய்ஞ்ஞானம் வேண்டாம்
மேய்ச்சல் தொடர்ந்திடட்டும்
இங்கு போதை திளைத்திருக்க...

இறைவியாய் ஒரு ராட்சசி வேண்டும்
நகங்கள் கீறி ரத்தம் வழிந்திட
வார்த்தைகளின்றி மூச்சில் யுத்தம் புரிந்திட
இறைவியாய் ஒரு ராட்சசி வேண்டும் ...

45. ரிப்பேர் இதயம்

என் சொப்பனமே நீ கிட்ட வாடி- உன்ன
நெனச்சு தினமும் நான் ஏங்குறேன்டி!

சட்டுணுதான் நீ காதல் சொல்லு
உனக்காக காத்து கிடக்குறேன்டி!!

அழகே உன் கண்ணசைவுலதான்
அழகா நானும் சாஞ்சு போறேன்
ஓயிலே உன் ஒத்த உசுருலதான்
என் எல்லை தேடி ஓளஞ்சு போறேன்!!

உசிரே குட்டி இதயத்துல
ஒரு சாண் எனக்கும் கொடுத்துருடி!!
நொந்து நொந்து நான் சாகும் முன்னே
என் சந்தோசமா நீ வந்திருடி !!

உன்ன நெனச்சு கண் மூட
உசிரெல்லாம் பரவசம்
நாளும் நாளும் நான் கண்டு வியக்க
அழகே நீ அதிசயம்!!

உருவாத வாடக்கத்து ஒருமாறி வீசுது
என் ரிப்பேர் இதயம் கூட உன்ன பத்தி பேசுது

46. கால் கிலோ காதல்

கடல் கடந்து காத்திருக்கேன்
தூக்கத்துல உன்ன பாத்து நிக்கேன்
என்ன வேலை செஞ்சாலும்
எட்டுத்திக்கும் உம்முகம்தான்...
கருவாட்டு கொளம்பு போல
உம்மேல வச்ச காதல்
உசுரோட இல்லேன்னாலும் -நா
செத்துங்கூட மணக்குமடி..
இன்னிக்கி நேத்துனில்ல
ஏகப்பட்ட வருஷமாச்சு
அம்புட்டையும் ஒத்தி வச்சு
பாவி மக உன நெனச்சு...

பாத்து பாத்து வளத்த கிடா
செல்லங்கொஞ்சி வச்ச கிடா
பொல்லாத பேச்சு பேசி
இப்போ மார ரெண்டா கிழிச்சிருச்சு...

சொர்க்கத்துக்கு சாவி செஞ்சு
பட்டு நூலு சேலை கட்டி
பைத்தியமா பாத்துக்கணும்
பக்குவமா நடந்துக்கணும்
என்ன நீ பண்ணிட்டாலும்
அத்தனையும் பொறுத்துகிட்டு
எப்போவுமே இருந்திடனும்

உன்ன எஜமானியா பாத்துக்கணும்..

பாத்து பாத்து போட்ட திட்டம்
பூரிச்சு பொழிஞ்ச பேச்சு
எல்லாமே மண்ணா போச்சு
இப்போ கூனி குறுகி நிக்கிறேண்டி...

உன் அப்பாரு பிசகுனாலும்
ஆனை கொண்டு படையெடுப்பேன்...
உன் மாமன்காரன் மழுப்புனாக்க
மண்ண வெட்டி புதைச்சிடுவேன்...

உலகத்தில் எல்லாரும் வேணான்னு சொன்னாலும்
உலகத்த தூக்கி வீசி
உன் பக்கம் நின்னுருப்பேன்!

விளையாத தங்கத்த
அறுக்காத வைரத்த
நீ கேட்டு இருந்தாலும்
எதையாச்சும் பண்ணி கூட
உன்கிட்ட சேத்திருப்பேன்...

அடி சதிகாரி கண்ணு முன்ன
சாவுன்னு சொன்னாலும்
அலுப்பேதும் கொள்ளாம
அறுத்துக்குட்டு மாண்டிருப்பேன்...
ஆமான்னு இல்லாம
இல்லன்னு சொல்லாம
வெயில் கால வேதனையா

பாடுபட விட்டியேடி!!!
பைத்தியமா அலையுறேனே...
வடிகாலு இல்லாத வயக்காட்டு அருகம் போல
சத்தொன்னும் இல்லாம எளச்சு கிடக்கறேன்
சுயவரத்தில் ஒன்ன இழுத்து
முடிக்க தவிக்கிறேன்..

ஆத்தாள காணாட்டி கரையும் புள்ளயா
நீ இங்க இல்லாம நெனைச்சு சுமக்குறேன்..

பலகாலம் செண்டு போயி
கண்முன்ன அம்புட்டதும்
அனுசரணையா ஒத்திக்குவேன்னு
கணக்கு ஒன்னு வச்சிருந்தேன்...
நினைப்பெல்லாம் அழிச்சுப்புட்டு
யாரோன்னு கேட்ட கேள்வி
இப்போ மனச துளைக்கிது
மனசாட்சி வெளிய வந்து உமிந்து துப்புது...

கட்டிவச்ச காதல் கோட்ட மெல்ல வெடிக்குது எ
ன் கால்கிலோ இதயம் இங்க சிதறி கிடக்குது...

எம்மகராணியா நா உன்ன பாக்க
அடி கோமாளியா நீ என்ன பாத்த!!
பாத்தது போதுமுன்னு பறந்துக்கிடவா
வார்த்தையில் கொன்னுட்டன்னு நாண்டுக்கிடவா?!

வழியொன்னும் தெரிலையலயே முத்துரத்தினமே...
என் நெஞ்சுக்குள்ள குடியேறி செவந்த சொப்பனமே..

ஓயிலேறி நடமாடும் ஒத்த பொற்சிலையே
நா ஒனக்காக பொறந்தவன்டி கேட்டுக்க கிளியே..

வேணான்னு சொல்லிப்புட்டா மனசு தாங்காது
நீ இல்லன்னு ஆயிப்புட்டா உசிருருக்காது...
மேக்காட்டு மேகம் போல காதல் ஊத்துறேன்
நா உனக்காக எல்லாத்தயும் என்னில் மாத்துறேன்!

வேக்காட்டு வெள்ளரியே விலகி போகாத
நோக்காட்டில் இருக்கும் என்ன மறந்து போகாத!!

ஆளில்லா கொள்ளையில அறுத்து வச்ச வெள்ளாமை
கேப்பாரு இல்லாம வரப்பில் கிடக்குது
என் அறியாத மனசு இங்க தயங்கி கிடக்குது...

காட்டுலயும் மேட்டுலயும்
திட்டுலயும் எட்டு திக்குலயும்
காத்துலயும் ஆகாசத்துலயும்
நித்தம் நித்தம் உன்ன தேடி
இங்குட்டும் கிடைக்காம
அங்குட்டும் அம்புடாம
ஒளிஞ்சு கிடந்தவளுக்கு
அரைகீத்து நிலா அறுத்து
கடலு மேல முக்குளிச்சு ஈரம் போகாம
காதல் அனுப்புனனே வந்துச்சான்னு
கேட்கலாம்னு வந்தவன
வாசலோட விரட்டுறியே நியாயமாடி...

எம்புட்டு வளந்தாலும் எங்கிட்டு போனாலும்

உம்மேல வச்ச காதல் காலத்துக்கும் போகாதுடி!!

நீ யாருன்னு கேட்டாலும்
பிரத்தியான்னு சொன்னாலும்
கூரைவீட்டு மாணிக்கமே
உன் ஆதி வாசம் மாறாதே!!

கடல கடந்துபுட்ட -உன்
ஆதி மறந்துபுட்ட பாதியில வந்த எல்லாம்
பாதியில போகுமடி...

ஆதியிலே நிக்கும் மாமன்
நீ சாகுமட்டும் வேணுமடி...

விஞ்ஞானம் வளந்திருச்சு
மனுஷ மக்க மாறிருச்சு
எங்கிருந்து வந்தோமுன்னு மறந்துபுட்டா ஆகாதடி..

எங்கெங்கே போனாலும்
மேடு ஏறி நின்னாலும்
சாஞ்சு வந்து உக்கார
சொந்தம் பந்தம் வேணுமடி ...

அம்மன் கோயில் வடக்கால
ஆளுயர பள்ளம் தோண்டி
என் ஆசையெல்லாம் புதைச்சுவச்சேன்
இன்னிக்கு மரமா வளந்திருச்சு...

ஆஹா ஒஹோஹோன்னு காத்து மட்டும் வாங்கிகிட்டு

வளச்சு நின்னு படம் எடுத்த...
என்ன மட்டும் கண்டுக்கல..
நா இருந்த இடம் யோசிக்கல!!

நட்சத்திரம் எண்ணுவன்னு
அடிவான வேர் பிடிச்சு
மெல்ல மெல்ல ஏறிப்புட்டேன்...
உச்சிவான தொட்டுபுட்டேன்..

மூணு கோடி விண்மீன் முக்கி முக்கி எண்ணிப்புட்டு
என்ன மட்டும் விட்டுபுட்ட... என்ன தள்ளி வச்சுப்புட்ட!!

ஒத்தயில நிக்கிறேன்டி துணைக்கி நீயில்லாம
அன்னந்தண்ணி இறங்குதில்ல நீ அந்த வார்த்த சொல்லாம...

ஆள மறந்துப்புட்டு மாறித்தான் போனாலும்
யாரோ எவரோன்னு எடுத்தெறிஞ்சு ஏசுனாலும்
என்காதல் புரியாம தள்ளி வச்சு போனாலும்
உனக்காக என்னைக்குமே
என் எட்டு சாண் உடம்புக்குள்ள
ஒத்த உசிர் இருக்குமட்டும்
ஏதோ ஒரு ஓரத்துல
"கால்கிலோ காதல" பத்திரமா வச்சிருப்பேன்...

என்னைக்கா இருந்தாலும்
ஆவி போயி சாகுமட்டும்
உன்ன நெஞ்சில் நெனச்சிருப்பேன்...

47. வயலின்

வெகு தூரம் கடந்து விட்டேன்
இது வேற்று கிரகமா இல்லை
வேறொரு பிரபஞ்சமா!
அவள் இருக்கிறாளா என்று
திசையெட்டும் துழாவி விட்டேன்...
கடிகாரம் 12ஐ காட்டுகிறது!
உறங்கிப் போயிருப்பாள்...
எவர் காலடியும் கலைக்காத
அந்த புத்துலக மண் தரையில்
விரல்களில் எழுதுகிறேன்
என் பெயரையும் அவள் பெயரையும்...
புதிய உலகம்!
புதிய காற்று!
பழைய காதல்...
என்னையும் மறந்து ஆதாமாய்
அலைகிறேன் அங்கும் இங்கும்...
ஏவாள் அல்லாத,
அவள் காதல் மட்டும் வாழும்
இந்த தனிமை உலகம் கூட
நன்றாகத்தான் இருக்கிறது - அவளையும்
மறந்து தனிமையை நுகரும்
ஒவ்வொரு நொடியும்...
ஆனால் காதை துளைக்கிறது — தூரத்தில்
அவள் வாசிக்கும் வயலின் இசை

48. காதல்

மூக்கு கண்ணாடியை கழற்றிடுடி — என்
முத்தத் துணுக்குகள்
மூர்ச்சையில் திரிகின்றன...
உறைந்து கொள்ள
உன் உதடுகள் இல்லாமல்...

சரியென்ன தவறென்ன
காதலின் நியதிக்குள்
என் விரல்கள் -உன்னை
தளர்த்தாத வரை -நம்மில்
அனைத்தும் சரி தான்....
கேடுகெட்ட உலகத்தை மறந்து
நீயும் அணைத்திடு...

என் உற்சாக குளிருக்கு — உன்
உடல் சூடு கேட்கின்றேன்
மெய் மறந்த நிலை செல்ல — உன்
விழிகள் மட்டும் பார்க்கின்றேன்...
உனை சிறையெடுத்த நெஞ்சின் ஓரம்
வேண்டுமடி இதழின் ஈரம்
அனுமதிப்பாயா?
உன் ஆடைகளுக்குள்
நான் ஒளிந்து கொள்ள
உன் ஜீவனோடு கொஞ்சம் கலந்து செல்ல!...

49. காதல் கிழக்கு

சட்டென்று முடிந்துபோன
விறுவிறுப்பான தொடர்கதையின்
விரக்திதான் நீயில்லாத
எந்தன் நீண்ட இரவுகளும்...
வெண்ணிலவும் தேடாத
நட்சத்திரங்களும் பூக்காத
மொட்டை வானம் என்னுடையது....
சீக்கிரமாய் உன் வர்ணங்களை
கொஞ்சம் பூசச் செய்யடி...
வானம் பார்த்த பூமியாய் — உந்தன்
காதல் மழை ஏந்தி நிற்கிறேன்
துளி பாவம் பார்க்காமல் — ஒரு
சாத்து சாற்று விடடி
நான் ஆதவனாய் அங்கும் இங்கும்
அலைகிறேன் — தினந்தோறும்
எட்டுத்திக்கும் திரிகிறேன்
என் விதியோடொத்த
காதல் கிழக்கு உன்னை தேடி!

50. சொப்பனங்கள்

இதயம் படபடத்து பிடரி சிலிர்த்து
மேனி வியர்வை சிந்தி
மூச்சு விட கடினப்பட்டு
காணும் சொப்பனங்களில்
விழித்துக் கொள்வதே சாலச்சிறந்தது
என்கிறார்கள்...

என் மனம் என்னவோ
விழிக்கவும் விரும்புவதில்லை
கனவை கலைக்கவும் விரும்புவதில்லை...

எல்லாருக்கும் தயக்கமும் பதட்டமும் நடுக்கமும்
ஆட்கொள்ள ஆயிரம் காரணங்கள் இருக்கலாம்...

பேய் பிசாசு தேவதை கடவுள்
கொலை கொடூரம் வரம் சாபம் என!!

எனக்கு என் கனவுகளின் தாபங்களை
ஒன்றியணைப்பதும் ஒட்டி பிழைப்பதும்
அலாதி பிரியமாகி போனது...

தேவதைகளை தாண்டி
கடவுள்களை தாண்டி வரங்களை தாண்டி
காதலை ஊட்டும் அவளை பார்க்க!!!

நேரில் பார்ப்பதும் பேசுவதும்தான்
இயலாத காரியமென்றால்
கனவும் அப்படித்தானடி படபடத்து போகிறேன் ...

அவளிருப்பதால் மட்டும்
இதயம் படபடத்தாலும்
பிடரி சிலிர்த்தாலும் மேனி வியர்வை சிந்தினாலும்
மூச்சு விட கடினப்பட்டாலும்
எனக்கு என் சொப்பனங்களில் அலாதி பிரியம்.....

51. வலி

இதயம் இரண்டாக கிழிபட்டு
ரத்தம் நனைந்த வடுக்களுடன்
கடினப்பட்டு
சுவாசித்துக்கொண்டிருக்கிறேனடி...

இன்னும் அந்த வலி
என்னைவிட்டு போகவில்லை...

என் கன்னி மூலையில்
ஒற்றைக்காலை
தொங்கப்போட்டு
அமர்ந்திருக்கும்
தாபம் என்னும் ஆந்தை
அலறும் போதெல்லாம்
அறுந்து போன இதயம்
ஒரு நொடி வலிந்து வலிந்து
துடிக்கிறது....

மாயையிலாவது
மகிழ்ச்சி கடலில்
குதிக்கலாம் என்னும் போது
என் செந்நீர் வற்றிப்போய்
செயலிழந்து வீழ்கிறேன்

இலையுதிர் காலத்தில்

கிளைகளின் காதலின்றி
வீழ்ந்துபோகும்
சருகு இலைகளை போல...

கொஞ்சம் கொஞ்சமாய்
மரணித்து கொண்டிருக்கிறதடி
என் காதல்...

என் கடிகாரம் சுழல்வதை
நிறுத்தும் முன்பு
கிழிந்து கிடக்கும்
என் பாவி இதயத்தின்
ஒரு ஓரத்தில் வந்துவிடு...

எட்டி பிடித்தேனும்
காதல் வயப்பட்டு
பிழைக்கப்பார்க்கிறேன்...

52. இலகுவாய் ஒரு காதல்

என் கனவுகளை
எரித்து கொண்டிருக்கிறேனடி
நீயில்லாத இரவுகள்
மேலும் மேலும் கசக்கத்தான் செய்கின்றது

நிலாவோடும் முகிலொடும்
சண்டை போட்டு சலித்து விட்டது
என் பற்றியெரியும் ராத்திரியை
அணைக்கவேணும் கரங்கள் நீட்டடி

அட்டை போல ஒட்டிக்கொள்ள
ஆனந்தமாய் காத்திருக்கிறேன்

இனியும் வேண்டாம்
இந்த பொல்லாத தயக்கம்
சாத்திரங்கள் சம்பிரதாயங்கள்
சமூகம் சுற்றம் எல்லாம் மறந்து
இமைகளை மூடி இறுக்கமாய் பற்றிக்கொள்
இலகுவாய் ஒரு காதல் செய்யலாம்...

53. ராட்சஷியின் ராத்திரி

ராட்சஷியின் ராத்திரி இது !!
நான் கடிகாரத்திற்கு போட்டிருந்த
கடிவாளங்களை அறுத்தெறியும் நேரம் இது!

இமைக்க கூடாத நொடிகளை விழிமூடி
ரசித்திருந்த தருணங்கள்
விலக கூடாத நேரங்களில்
இருபது விரல்கள் இழுத்திருந்த நிமிடங்கள்

வெப்பநிலை ஏறிப்போகும் மூச்சுக்காற்றால்
என் மிச்சநிலை கரைந்தே போகும் உந்தன் பேச்சால்

விழிகள் திறக்க நினைப்பில்லை
நாவிதழ்கள் பிரிந்தால் நலமில்லை
நில்லாத மணித்துளிகள்
நிற்க துடிக்கும் எந்தன் சுவாசம்!

கல்லாக என்னை கட்டி போட்டிருக்கும்
ராட்சஷியின் ராத்திரி இது!..

54. அவசர முத்தம்

விழிகளில் பார்வை நிறைத்து
வியர்வையில் வியர்வை கலந்து
விரல்கள் பிண்ணி வெப்பம் தெளித்து
யாரும் அறியாத போதையை
மூளைக்கு ஏற்றி
முயங்கி என்னில் கலந்து
அரக்கியாய் எனை ஆட்கொண்டவள்...

பச்சிளம் குழந்தையாய்
பாவமாய் தூங்குகிறாள்...

எனக்கே ஒரு நொடி எங்கே முத்தமிடுவதென
மூளை காய்ச்சல் கொள்கிறது...

தாபங்களின் சுண்டுவிரலை பிடித்து
வெகுநேரம் காத்திருக்கிறேன்
விழிகள் திறந்திடடி ...

வேறு யாரும் பார்க்கும் முன்னே
ஒரு அவசர முத்தம் போட்டுக்கொள்வோம்!!

55. மறந்தாயோ

ஒதுங்கி இருந்தால்
ஒளிந்துகொண்டால்
என்னுடைய இல்லாமை
உன்னை தேடவைக்கும் என
சில மூடர்களின் வார்த்தையை நம்பி
மௌனம் காத்தது
தவறாகிப்போனது....

கொஞ்சமாய்
நினைவு படுத்துவதற்கு பதிலாய்
இப்படி மொத்தமாய்
மறந்துவிட்டாயேடி !!!!

தேடப்படாத அகதி போல
உன் இதயத்திலும் இடம் கிடைக்காமல்
என் இதயம் கொண்டும் வாழ முடியாமல்
மாள தவிக்கிறேன்...

தொல்லை கொடுத்தேனும்
கூடவே இருநதிருக்க வேண்டும்...

எனை மறந்தாயோ ?!
உன் மனம் தேடும் நாட்காட்டியில்
இல்லாத ஞாயிறாய்
எனை மறந்தாயோ ?!

56. தவிப்பு

வெம்பி நொந்துபோய் கிடக்கும்
சபிக்கப்பட்ட மனதில்
வரமாய் வந்து வந்து போகுதடி
என்னை ஆனந்த படுத்தும்|
உன் அழகு நினைவுகள் ....

யாரோ ஏதோ என்று
சித்தம் கலங்கி திரிந்தவன்
நீதான் இவள்தான் என்று
உரக்க கத்தி அலைகிறேன்...

நீயில்லாத நாட்களில்
உன் நினைவுகளை அணைக்கிறேன்...
என் கண்முன்னே தோன்றினால்
நான் படபடத்து போகிறேன்...

அரை காசுக்கு செல்லாத என் காதலும்
பொல்லாத உன் ஞாபகங்களும்
என்னை இப்படி கொள்கிறதடி...

இவ்வளவு அவஸ்தைகள்
வேண்டவே வேண்டாம்
இமையோடு ஒரு கதை பேசிடு...

இத்தனை தவிப்புகள்

வேண்டவே வேண்டாம்
நான் இளைப்பாற
நின் மடி சாய்த்திடு.....

57. ரட்சகி

காய்வது நிலவு மட்டுமல்ல
நானும்தானடி...

எங்கேயோ ஒலிக்கும்
ஆந்தையின் அலறலோடு
கரம் பற்றி கொள்கிறது
யாரும் அறியாமல் புழுங்கி போய்
அலறிக்கொண்டிருக்கும்
பாவமரியா என் பிஞ்சு மனது...

என் பூமியில் மட்டும்
மழை பொழிவதே இல்லை
வசந்தம் வருவதே இல்லை...

என் கிழக்கில் மட்டும்
சூரியன் உதிப்பதே இல்லை ..
விண்மீன்கள் பூப்பதே இல்லை..

மொட்டை வானமாய்
தவித்து கிடக்கிறேனடி..
ரட்சகியாய் ஒரு நாள்
நீ வருவாயென...

பச்சை குழந்தையாய்
பரிதவிக்கிறேனடி

முத்தம் கொஞ்ச
நின்னிதழ் திறவாயென!!!

• 77 •

முத்தம் கொஞ்ச
நின்னிதழ் திறவாயென!!!

58. வடு

தொண்டை நரம்புகள் அறுபட
நான் காதல் காதலென்று
கத்தினாலும்
ஏனடி உன் காதுகளை மட்டும்
அவை எட்டுவதே இல்லை...

என் கிழிந்து தொங்கும் இதயம்
பீய்ச்சி அடிப்பது
ரத்தத்தினை மட்டுமல்ல
ரத்தத்தில் வெப்பமாய்
உலவிக்கொண்டிருக்கும்
உன் நினைவுகளையும்தான்...

மூளைக்கு ஏறிப்போன
காதல் பித்து பிடிக்க செய்கிறதடி..
பைத்தியமாய் திரிகிறேன்
ஆறிப்போகாத வடுக்களில்
வழிந்து கொண்டிருக்கும்
ரத்ததுணுக்களில்
காதல் கொண்டு எழுதப்பட்ட
உன் பெயரினை ரசித்துக்கொண்டு...

இருந்தாலும் உன் வார்த்தைகள்
என்னை இப்படி
சிதைத்திருக்க வேண்டாம்...

சிதைவுண்டாலும்
வலிகொண்டாலும்
ஒரு துளி உயிரை
இறுக்க பிடித்துக்கொண்டு
உன்னை காதல் செய்து
கொண்டிருக்கிறேனடி....

59. காதலென்றே சொல்லிக் கொள்கிறேன்

• 80 •

சொல்லப்படாத கனவுகளை
மெல்லப்படாத
ஓட்டகத்தின் இறைபோல்
அசைபோட்டுக் கொள்ளகிறேனடி..

ஐம்பெரும் காப்பியம் தொட்டு
அவ்வையார் பாட்டு வரை
அத்தனையும் மனப்பாடம்
அழகி உன்னை காணுமட்டும்...

பார்வை தாண்டி பேசுவதும்
பக்கத்தில் நிற்பதுவும்
ஆகாத காரியமே
அருகில் நீ வந்து நிற்க..

மணிக்கணக்கில்
பேசிக்கொள்ளகிறேன்
உன்னிடத்தில் என்ன பேசவேண்டும்
என்பதையெல்லாம்
எனக்குள் நானே...

உன் விழியருகில்

தொலைந்து போகிறேன்
என்னையும் மறந்தவனாய்
உன்னில் நானே...

• 81 •

இதை தயக்கம் பயம் வெட்கம் என்று
யார் என்ன சொன்னாலும்
நான் மட்டும்
காதலென்றே சொல்லிக் கொள்கிறேன்...

60. யாத்ரா

தொடங்கும் முன்னே
ஆயிரம் முறை ஆயத்தமாகிறேன் ..
கற்களும் முட்களுமோ
செஞ்சாமர வீதிகளோ
சட்டென முடிந்திடுமோ - இது
கடை வரை நீண்டிடுமோ ?

பார்க்காத பாதைகள்
கேளாத எல்லைகள்..
நதியாகினும் கடலாகினும்
மலையாகினும் மடுவாகினும்
கடக்கத்தான் வேண்டும்...

இளைப்பாரியும் களைப்பாரியும்
மலைத்தாகினும் சலித்தாகினும்
நடக்கத்தான் வேண்டும்...

பிழைக்க பார்க்கிறேன்
முடிவில்லாத பயணங்களோடு
அவள் - என் முற்றுப்பெறாத யாத்ரா!!!

61. எல்லை

நெடு நேரமாய் - நீ
விட்டுப்போன இடத்திலேயே
காத்திருக்கிறேனடி..

நிலா - நீலவானம்
இருள் - ஒளி
சப்தம் - நிசப்தம்
அணு - பிரபஞ்சம்
இவையெல்லாம்
எதற்கெதற்கோய் காத்திருக்க
நான் மட்டும் - உனக்காய்
காத்திருக்கிறேன்!!

உலகம் சுற்றி திரிந்தாலும்
உயர பறந்து அலைந்தாலும்
மீண்டும் உன்னைத்தான்
வந்தடைகிறேன்...

என் எல்லையாய் நீயிருக்க!!!

62. ஒருதலை காதல்

இருளடர்ந்த கார்மேக கூட்டத்தில்
காதலை தேடுகிறேன்...
கண் தெரியாதவன்
பௌர்ணமியை தேடுவதை போல..

வேண்டாமென்று
வெளியே எறிந்த கசப்பான நினைவுகளும்
நெஞ்சத்தை குத்தி கிழிக்கும் ரணங்களும்
முன்னால் வந்து எள்ளி நகையாடுகின்றன...

அவைகளைக்கூட
அமைதி படுத்த முடியாதவனாய்
அடங்கி கிடக்கிறேன்
காதல் பித்து தலைக்கேறி போய்...

உன் முன்னே வந்து காதலை கர்ஜிக்கவும்
உன்னில் தேடவும்
சுத்தமாய் தைரியம் இல்லையடி...

இதயம் படபடக்கிறது
பாதங்கள் தரை மறக்கிறது
பேச்சு மொழி மறக்கிறது...

என் புலம்பல்களெல்லாம்
வானில் உரைத்து
கார்மேக கூட்டத்தில் காதல் தேடுகிறேன்...

உன்னை தவிர -இந்த உலகத்துக்கே தெரியும்
வானில் எழுதப்பட்ட -எந்தன்
ஒருதலை காதல்.....

63. காதல் தீ

போதவில்லையடி - இந்த
பொல்லாத காதல்
தீரவில்லையடி -உன்னால்
உண்டான காய்ச்சல்...

கண்டுகொள்ளாமல் சாகடிக்கிறாய் ...
கண்ணில் கள்ளம் வைத்து
எனை கிறங்க செய்கிறாய்!

காதல் எண்ணெய் ஊற்றி
பற்றி எரிய செய்கிறாய் ...
என் உயிரை பறித்தும்
நீ இயங்க செய்கிறாய் ...

எந்நாளும் உன் நினைவுடன்
எரியும் காதல் தீயாய்!!
உன்னாசை விழுங்கிடும் கானல் பேயாய்...
வானுக்கு நிலவு போல உனக்காய் நான்!

64. மோட்சம்

ஆடைகள் களைந்து
ஆசைகள் அணிந்து
அங்கமெங்கும் திரிந்திட வேண்டும்

உலகினை மறந்து
நானுனைச் சேர்ந்து
எனை நானே மறந்திட வேண்டும்...
கோபம் வெறுப்பினை செருப்பென எரிந்து
காதல் காமம் பழகிட வேண்டும்
மோகக்கயிற்றை மெல்ல அவிழ்த்து
மோட்சம் எங்கென தேடிட வேண்டும்
மாட்சிமை எல்லாம் சிறிதும் வேண்டாம்
மூர்க்கத்தனம் கொஞ்சம் ஏற்றி கொள்வோம்
சாட்சிகள் என்று யாரும் வேண்டாம்
நீயும் நானும்
நம்மில் தொலைந்தே போவோம்.....

65. ஏக்கங்கள்

உனக்காக வைத்த ஸ்டேட்டஸை
யாரும் பார்க்காத நேரத்தில்
மனம் மகிழ்ந்து கொண்டேன்
யாரும் பார்க்கவே வேண்டாமென்று...

எல்லாரும் போல நீயும் பார்க்காமல்
கடந்து செல்லும் போதுதான்
கொஞ்சமாய் வலிக்கிறது - உனக்காக
துடித்து கொண்டிருந்த என் அப்பாவி இதயம்..

இரண்டு நிமிடத்தில் இருபது முறை
உன் Dp பார்த்திருப்பேன் - அதற்கும் மேல்
உன் last seen தேடியிருப்பேன்...

என் அடங்காத மூளை எங்கே கேட்கிறது என் பேச்சை..
இப்போது மூளையும் உன்வயப்பட்டுவிட்டது போல...

இதயம் துடிப்பதில் busy ஆக இருந்தாலும்
மூளை என்னவோ உன்னை தேடி கொண்டேதான் இருக்கிறது...
நீ online வந்தும் பேசாமல் கடந்து செல்கையில்
மெல்லமாய் வலிக்கவும் செய்கிறது...

தவிக்க விட்டது போதும்
சீக்கிரமாய் ஒரு *hi* சொல்லடி
ஏராளமான கதைகளை கட்டி போட்டு வைத்திருக்கிறேன்
உன் காதுகளில் மட்டும் சொல்லவேண்டும் என்று...

• 89 •

Ego, இறுமாப்பு, வேலை என எதுவாய் இருந்தாலும்
தூக்கி தூர வீசிவிட்டு சீக்கிரம் வாடி!!!

66. மேகங்களாய்

மீண்டும் மீண்டும்
உன்னை தேடி வருவதாலென்னவோ
நான் மேகமாகி போகிறேன்..

கடந்து செல்லும் மேகங்களில் நானும் ஒருவன்தானே!!!

மேகமாகத்தான்
நானும் ஆசை கொண்டேன்!

இந்த உலகத்தார்
யாரும் பார்க்காவண்ணம்
நிலவுன்னை இழுத்தி போர்த்தி
எனக்குள் வைத்துக்கொள்ளும்
மேகமாகத்தான்
நானும் ஆசை கொண்டேன்...

கடந்து சென்ற மேகமாய்
காதலை தொலைத்து விட்டு
அங்குமிங்கும் அலையும் நான்!

67. விரகம்

தேவன் விதைத்த விதைகளா
உன் கண்கள் !
தேவதை சிந்திய வியர்வையா
உன் பார்வை !

விழாமல் இருக்கிறேன்
உன் விந்தை இதயத்திலே
விடாமல் நினைக்கிறேன்
உன் சிந்தை என் எண்ணத்திலே

களவாட விரைந்து வந்து
உறவாடி உன்னில் நின்றேன் !
உறவாக உன்னை கேட்டு
உயிர் காதல் தீட்டிச் சென்றேன் !

உனை நினைக்காத காலம் இல்லை
நெருங்கி வர நேரம் இல்லை...

68. நீ

காமத்து பால் எழுதுகையில்
வள்ளுவன் தெறித்து விட்ட
மைத்துகளா உன் விழிகள் !

காண்டீபம் ஏந்தி நிற்கும்
அர்ச்சுணணின் வில்லொளியா
உன் நினைவலைகள் !

காதல் சாமரம் வீசினேன்
உன் மூச்சுக் காற்றில் கலந்திட...
என்னை மறந்து பேசினேன்
என் காதல் நீயென தெரிந்திட...

நீயில்லாமல் தவிக்கிறேன்
நாணில்லா வில்லினை போல
நான் சூரியனாய் இருள்கிறேன்
நீயில்லா என்னை போல !

69. லோகம்

மருதாணி கொஞ்சம்
வெளுத்துதான் போகிறதடி - உன்
இதழ்ச் சிவப்பு நிறப்பிரிகை அடைகயில் ...

சங்கத் தமிழ் பாடாத
அங்கம் தான் உனதழகோ !
என் ரெண்டு விழி உனை ருசிக்க
நிகழ்காலம் மதுவிலக்கோ !

வரிவிலக்கு போடாத
வாலிபமே பக்கம் வா – உன்
இதழ் விலக்கு வேண்டாமே
இமை மூடி முத்தம் தா !

என் பேசாத பேனாவும்
உன் பெயரை கத்துதடி ! - நீ
நாவசைத்து பேசிடவே
என் காதல் லோகம் சுத்துதடி !...

70. ரகசியம்

மூடி இருக்கும் கைகளில்
நீ மறைத்து வைத்திருப்பது
எனக்கான காதலா அன்பே??

இறுக்கிவிடாதே!!
இறந்துவிட போகிறது...
அப்படியே என்னிடம் கொடுத்துவிடு...

இதயத்தில் அடைகாத்து
பார்த்துக்கொள்கிறேன்
என் ஆயுள் நீளுமட்டும்!!

71. ரா

ஒப்பனைகளை மீறி
கற்பனை கொள்ளுது
எந்தன் நெஞ்சம்...

சொப்பனங்களை தாண்டி
உன்னழகை விற்பனை செய்யுது
உந்தன் மஞ்சம்!!

மேகத்துக்குள் நிலவு ஒளிவது
நமக்குத்தானா!!
வெளிச்சத்திலும் காதல் செய்தால்
தவறுத்தானோ?!

நுனிவாலில் எட்டிப்பார்க்குது
மூன்றாம் ஜாமம்...
கரைந்தொழுகி கொட்டபார்க்குது
அரக்ககாமம்...

72. பேராசை

தாவிக் குதிக்கும் முயலைப்பிடித்து
மேகத்தில் அடைக்க வேண்டும்
மேகம் கிழித்து நிலவை எடுத்து
காதல் கொடுக்க வேண்டும்

திசைகளெங்கும் திரிந்த வழி
உன்னில் நிறைய வேண்டும்
கண்கள் உன்னை காணும் போதே
காதல் பருக வேண்டும் வேறு
எண்ணம் ஏதும் எழும்பா வண்ணம்
உன்னில் உறைய வேண்டும்

வேறென்ன வேண்டும் அன்பே!!!
இந்த ஜென்மத்தின் முடிவு
உன்னில் உள்ளதை கண்டேன் !
இனிவருங்காலம் யாவும்
நீ போதும் என்பேன்!

73. நினைவில் வலம் வருகிறாய்...

நினைவில் வலம் வருகிறாய்..

நான் ஏதும் செய்யாமல்
ஓடாத கடிகாரத்தை
வெறிச்சோடி பார்த்துக்கொண்டிருக்கிறேன்
ஏதும் பேசவில்லை
இமைகளும் அசைக்கவில்லை
இதயம் கூட
துடிக்கலாமா வேண்டாமா
என்று யோசித்து துடிக்கிறது..

இந்த பிரபஞ்சம்
எனக்கு மட்டும்
ஸ்தம்பித்து கிடக்கிறதென்றே சொல்லலாம்

எல்லாம் அப்படியே நின்று போனாலும்
நீ மட்டும் நினைவில் வலம் வருகிறாய்...

74. பெருமழை

குழப்பமான தருணங்களில்
என்னை நானே
மெல்ல இழக்க பார்க்கிறேன் ...
சரியென்ன தவறென்ன
இதுவென்ன அதுவென்ன
என்று எதையும் ஆராய மனமில்லை

அழகாய் கரைகிறேன் உன் நினைவில்
நிழலாய் மறைகிறேன் நின் வெயிலில்...

கோடைகால கத்திரி வெயில்
கொஞ்சம் இனிக்குதடி!!
உன் வாடை என்னில் வந்து
நித்தம் மனக்குதடி...
என் கார்காலமே பாவம் பார்க்காமல்
என்னில் காதல் பெருமழை
பொழிய வா!!

75. அனுபவம்

நினைத்து சாகிறேன்
இருக்கும் வாழ்க்கையை
எரிக்க பார்க்கிறேன்...

பழைய நினைவுகள்
வதைத்து கொல்லுதே..
நரக வாழ்விலே
இருக்க சொல்லுதே!!

கடந்து போனதை
நினைத்து பார்க்கிறேன்
இருக்கும் வாழ்க்கையை
ரசித்து வாழ்கிறேன்
பழைய நினைவுகள்
ஒவ்வொன்றும் அனுபவம்
சொர்கம் என்பது
என் வாழ்வில் தினம் தினம்!!!

76. ஒருதலை

கார்மேக கூட்டத்தில்
காதலை தேடுகிறேன்...

வேண்டாமென்று
வெளியே எறிந்த
கசப்பான நினைவுகளும்
முன்னால் வந்து நகையாடுகின்றன...

உன் முன்னே வந்து
காதலை கர்ஜிக்கவும்
உன்னில் தேடவும்
சுத்தமாய் தைரியம் இல்லையடி...
என் புலம்பல்களெல்லாம்
வானில் உரைத்து
கார்மேக கூட்டத்தில்
காதல் தேடுகிறேன்...

உன்னை தவிர -இந்த
உலகத்துக்கே தெரியும்
வானில் எழுதப்பட்ட -எந்தன்
ஒருதலை காதல்.....

77. வரையறையற்றவள்

அவள் அழகிதான்!!
ஆனால் நீங்கள் வைத்திருக்கும்
எந்த வரையறைக்குள்ளும்
அவள் அடங்க போவதில்லை!

அவள் வரையறைகளை கடந்தவள்..

எனக்கே எனக்காய்
என்னவளாய் உருமாறி
எனக்கு மட்டும் எல்லாமுமாய்
மாறிக் கிடக்கும்
அவள் அழகிதான்...

என்னவளாகி போன பின்
வரையறை வாய்ப்பாடு
எல்லாம் காதலில் எதற்கு ?!

78. காதலா? சாபமா ?

அளவில்லாத மழையும்
அளவில்லாமல் அவளும்
அவளை நினைத்து கொண்டிருக்கும் இதயத்தினை
அழகாய் நனைத்து செல்கின்றன !..

தெளிவில்லாத கடலும்
பொழிவில்லாத கதிருமாய்
கரைந்து கொண்டிருக்கிறேன்
அவள் கருவிழியின் நினைவுகளில்...

மறக்காத நாளும்
பசிக்காத பொழுதுமாய் கரைகிறதடி இந்த கணம்
பரவி கிடக்கும் என் பொழுதுகளில்...

நான் சிலையா
சிறு உயிரா
இது காதலா
இல்லை சாபமா ?

79. பெருஞ்சுழல்

உன் கரிய கூந்தல்
காற்றில் எழுதும்
ஓங்கார கவிதைகளை விடவா
நான் அழகாய் எழுதிட முடியும்??

உன் கழுத்து சுருக்கம்
அழகாய் வரையும்
ரேகைகளை விடவா
ரவிவர்மன் வரைந்திட முடியும்??

மெய்மறக்கிறேனடி
உன் பொல்லாத வனப்பினில்
தள்ளாத கிள்ளையாய்
மெய்மறக்கிறேனடி!!

என் இதழ் தூரிகை
மனம் உன்னில் சாரிகை
நின்னிதழ் தேன்குழல்
காதல் பெருஞ்சுழல்...

80. தலை சிறந்த காதலன்

நான்
நீங்கள் பார்த்து ரசித்து வியந்த
யாருமே இல்லை

எனக்கென ஒரு கூட்டம் ஏதுமில்லை
கரவொலிகள் கோஷங்கள்
எப்போதும் என் காதுகளை எட்டியதில்லை!!
அவளை காதலிக்காத வரையிலும்..

அவள் என்னில் நிறைந்தபின்பு
யாவும் தலைகீழாய் மாறி
இன்று நான் உலகத்தின்
தலை சிறந்த காதலன்!

81. காதல் பழகு

நேரம் உறைந்து போக
நீயும் நானும் கரைந்து போக
காதல் மட்டும்
அலைந்து கொண்டிருக்கிறது
அங்கும் இங்கும் காற்றில்!!

மூளைக்கு கேக்காத
சங்கீதம் ஒன்று
இதயத்தில் மட்டும்
உரக்க ஒலிக்கிறது..
உன்னோடு உடனிருக்கச்சொல்லி!

கைகள் நீட்டுகிறேன்
உறைந்து போன காலம் தடுக்கிறது...

காதலுக்கு
தொடுதலும் அணைத்தலும்
தேவையா என்ன!!

உணர்வுகள் போதும்
நேரம் உறைந்தாலும்
நாம் காதல் பழகலாம்

82. ஏமாற்றம் நல்லதல்ல...

என்னை ஏமாற்றி போவதாய் நினைத்து
நீ உன்னையே ஏமாற்றி கொண்டிருக்கிறாயாடி..

நீ எப்பாடு பட்டாலும்
என்னை விட நேர்த்தியாய்
உன்னை காதலிக்கும் ஒருவனை
நீ எப்படி கண்டுபிடிக்க முடியும்...

நீ மாற்றி யோசிப்பதற்கு நான்
அவ்வளவு எளிதானவன் அல்ல...
கண்கள் கட்டப்பட்டிருக்கலாம்
இதயம் கட்டப்படவில்லையே
நன்றாக உற்று கவனி
இதயத்தின் துடிப்போசையின்
ஏதோ ஓர் மூலையில்
நானும் காதலும்
ஊசலாடிக் கொண்டிருப்போம்..

இறுக்க பிடித்துத்தான்
காத்திருக்கிறோம்
நீ உதறியும் வீழாதபடி...

ஏமாற்றம் நல்லதல்ல
என் நினைவுகளை ஏமாற்றி நிஜத்தில் நிறைந்திடடி!!!

83. ஆறுதல்

களைத்து போகும் போதெல்லாம்
உன் கைகளை பற்றிக்கொள்ள நினைக்கிறேன்...

உன்னைவிட பெரிய ஆறுதல்
வேறு யார் இருக்க முடியும்!

நான் இயங்குவதும்
இளைப்பாறுவதும்
என்றுமே உன்னால்தானடி..
உன்னில்தானடி!!

கடலலை போல
காதலேங்கி கொண்டிருக்கிறேன்
உன் கைகளை கொடுத்து
"களைப்பாற செய்துவிடு"...

84. எல்லை-யென்றும் காதல்

மேகமேறி காதல் சிந்தும்
நீர்த்துளி போல
காதல் பொழிய_வா...

காற்றிலேறி கன்னம் வருடும்
தென்றலை போல
உயிரில் மெருட_வா

கானம் பாடி ஊரை சுத்தும்
குயிலல்லோ நாமும்
வானம்பாடி அலைந்தாலும்
எல்லையென்றும் காதல்

எல்லை யென்றும் காதல்!!!